കല്ലിൽ കൊത്തിയ കവിത

malayalam

kallil kothiya kavitha
poems

•

sambasivan muthana

•

first edition
july 2009

•

typesetting
megha

•

published
chintha publishers, thiruvananthapuram

•

printed
akshara offset, thiruvananthapuram

•

cover
anil vega

വിതരണം

ദേശാഭിമാനി ബുക്ക് ഹൗസ്

H O തിരുവനന്തപുരം-695 001

ബ്രാഞ്ചുകൾ

ദേശാഭിമാനി റോഡ് തിരുവനന്തപുരം • ഓവർബ്രിഡ്ജ് തിരുവനന്തപുരം • കെ എസ് ആർ ടി സി ബസ് സ്റ്റേഷൻ ആലപ്പുഴ • കെ എസ് ആർ ടി സി ബസ് സ്റ്റേഷൻ എറണാകുളം • ഐ ജി റോഡ് കോഴിക്കോട് • മാവൂർ റോഡ് കോഴിക്കോട് • എൻ ജി ഒ യൂണിയൻ ബിൽഡിങ് കണ്ണൂർ • സെൻട്രൽ ബസ് ടെർമിനൽ കോംപ്ലക്സ് താവക്കര കണ്ണൂർ

CO - 1345 / 2296

കല്ലിൽ കൊത്തിയ കവിത

കവിതകൾ

സാംബശിവൻ മുത്താന

ചിന്ത പബ്ലിഷേഴ്സ്
തിരുവനന്തപുരം-695 001
വില : 35.00 രൂപ

സാംബശിവൻ മുത്താന

തിരുവനന്തപുരം ജില്ലയിലെ നാവായിക്കുളത്തുള്ള ചിറ്റായിക്കോട് ഗ്രാമത്തിൽ ഉമ്മരത്തിൽ വീട്ടിൽ കർഷകത്തൊഴിലാളിയായ ദാമോദരന്റെയും കശുവണ്ടിത്തൊഴിലാളിയായ സരസമ്മയുടെയും മകനായി ജനിച്ചു.

സ്കൂൾ വിദ്യാഭ്യാസം പൂർത്തിയാക്കിയിട്ടില്ല. ആദ്യരചന പറകുന്ന് രചന ആർട്സിന്റെ കൈയെഴുത്തു മാസികയിൽ പ്രസിദ്ധം ചെയ്തു.

ജലശയ്യ എന്ന കവിതാസമാഹാരം 2000-ൽ പുറത്തിറക്കി. അതിനു വർക്കലയിലെ ഞെക്കാട് വലിയവിള ആവണി ആർട്സിന്റെ സാഹിത്യ പുരസ്കാരം ലഭിച്ചു.

ഭാര്യ : സുധർമ്മ

മക്കൾ : ശിൽപ്പ ശിവൻ
ചിപ്പി ശിവൻ

വിലാസം : തേജസ്
പറകുന്ന് പി ഒ
നാവായിക്കുളം, തിരുവനന്തപുരം
പിൻ: 695 603
മൊബൈൽ: 9388593723

ഉള്ളടക്കം

പ്രസാധകക്കുറിപ്പ്

കവിതയുടെ പ്രമേയസീമയ്ക്കുള്ളിൽ ജീവിതം പാർപ്പുറപ്പിക്കുകയാണ് മുത്താനയുടെ കവിതകളിൽ. പഴഞ്ചൻ ഭാവുകത്വസങ്കൽപ്പങ്ങളുടെ വാർപ്പുമാതൃകകളോട് ഈ കവിതകൾ കലാപം ചെയ്യുന്നു. നാട്ടുമൊഴികളും നാടൻ പ്രതീകങ്ങളും ഈ കവിതകളെ ശ്രദ്ധേയമാക്കുന്നു. മധ്യവർഗത്തിന്റെ അനുഭവലോകങ്ങളിൽ അഭിരമിക്കുന്ന 'ആധുനിക കവിത'യിലെ കാവ്യവഴികളിൽനിന്ന് മാറിനടക്കുന്ന മുത്താനയുടെ കവിതകൾ ഞങ്ങൾ അഭിമാനപൂർവം സമർപ്പിക്കുന്നു.

എനിക്ക് പുസ്തകം വായിക്കാനോ കവിത എഴുതാനോ സ്വന്തമായൊരു മുറിയോ 'ലൈറ്റി'ന്റെ വെളിച്ചമോ ഇല്ലായിരുന്നു. സ്കൂൾ വിദ്യാഭ്യാസം പൂർത്തിയാക്കിയിട്ടില്ലാത്ത ഞാൻ കവിത എഴുതുന്നതിൽ അച്ഛനു വെറുപ്പായിരുന്നു. ഈ രംഗത്ത് ഞാൻ ഒന്നുമായിത്തീരില്ലെന്ന് അച്ഛൻ പറയാറുണ്ടായിരുന്നു. എന്നിട്ടും ഞാൻ അച്ഛൻ കാണാതെ എഴുതുകയും വായിക്കുകയും ഉച്ചത്തിൽ പാടുകയും എഴുതുന്ന കവിതകൾ കിടക്കുന്ന പലകയുടെ അടിയിൽ ഒളിച്ചുവയ്ക്കുകയും ചെയ്യുമായിരുന്നു. ആ കവിതകളാണ് എന്റെ ആദ്യ പുസ്തകമായി *ജലശയ്യ* എന്ന പേരിൽ പുറത്തിറങ്ങിയത്. അതിലെ കവിതകൾ വായിച്ച് പ്രശസ്തരും അപ്രശസ്തരുമായ പലരുടെയും കത്തുകൾ വന്നപ്പോൾ സന്തോഷത്താൽ എന്റെ കണ്ണുകൾ നിറഞ്ഞുപോയി. ഞാനെഴുതിയതും കവിതയാണല്ലോ!

ഇപ്പോൾ *കല്ലിൽ കൊത്തിയ കവിത* ഇങ്ങനെ ഇറങ്ങുമെന്ന് ഞാൻ സ്വപ്നത്തിൽ പോലും കരുതിയില്ല. പണവും പ്രശസ്തിയുമുള്ളവരുടെ മാത്രം പുസ്തകങ്ങൾ ഇറക്കുന്ന ഈ കാലഘട്ടത്തിൽ എന്റെ പുസ്തകം യാതൊരുപാധിയുമില്ലാതെ അംഗീകരിച്ച് പുറത്തിറക്കുന്ന ചിന്ത പബ്ലിഷേഴ്സിനും അതിൽ പ്രവർത്തിക്കുന്ന സഹോദരങ്ങൾക്കും എന്റെ നന്ദി അറിയിക്കുന്നു. കൂടാതെ ഇത് പുസ്തകമായി ഇറക്കാൻ അരങ്ങിലും അണിയറയിലും നിന്ന് എന്നോടൊപ്പം പ്രവർത്തിച്ച ആത്മാർഥ സുഹൃത്തുക്കൾക്കും എന്റെ നന്ദി.

സ്നേഹപൂർവം

സാംബശിവൻ മുത്താന

1

എന്റെ കവിത

കശുവണ്ടി ഫാക്ടറിയിലെ
കറുകറുത്ത കുഴലിലെ
പുകതുപ്പുന്ന പുലർച്ചകളാണ്
എന്റെ കവിത

അവിടെ കശുവണ്ടി തല്ലുന്നവരുടെ
കറപിടിച്ച കൈവെള്ളയിലെ
കല്ലിച്ച പാടുകളാണ് എന്റെ കവിത

അവരുടെ പിഞ്ചുകുഞ്ഞുങ്ങളുടെ
ഏങ്ങലിന്റെ അർത്ഥമാണ് എന്റെ കവിത

അവിടത്തെ മണിമുഴക്കത്തിന്റെ
ഛന്ദസ്സാണ് എന്റെ കവിത

ചേറുനിറഞ്ഞ പാടത്തു വളരുന്ന
ചെറുമീനുകളാണ് എന്റെ കവിത

നാലുകെട്ടും കൽമണ്ഡപവുമുള്ള
പഴയ തറവാട്ടിൽ
പുറംവാതിലിലൂടെ തരാറുള്ള
പഴങ്കഞ്ഞിക്കുള്ള കാത്തിരിപ്പാണ് എന്റെ കവിത

അവിടത്തെ മയിൽപ്പീലിക്കണ്ണുള്ള
പെണ്ണൊരുത്തി പാടാറുള്ള
ശ്രീകൃഷ്ണചരിതത്തിലെ
ഈരടികളാണ് എന്റെ കവിത

പട്ടിണികൊണ്ട് പച്ചമങ്ങിയ
ഒരിലയാണ് എന്റെ കവിത

അച്ഛൻ തഴുതിട്ടടച്ച തടവറയിലെ
ദൃഢപ്രതിജ്ഞകളാണ് എന്റെ കവിത

ബാല്യപീഡനങ്ങളുടെ
ചൂരൽപ്പാടുകളാണ് എന്റെ കവിത

തിരുവോണത്തിന് അമ്മവിളമ്പിയ
കണ്ണീരു വീണ ചോറാണ് എന്റെ കവിത

കൂട്ടുകാർ കീറിയെറിഞ്ഞ
എന്റെ പഴയ പുസ്തകത്തിലെ
കാൾ മാർക്സിന്റെ ചിത്രമാണ് എന്റെ കവിത

എന്റെ യൗവനത്തിലെ
വാർദ്ധക്യമാണ് എനിക്ക് കവിത

തരിശുഭൂമിയിൽ മുളപൊട്ടിയ
വാക്കുകളാണ് എനിക്കു കവിത

ഇരുണ്ട ഗുഹയിൽ
ആരോ ഉപേക്ഷിച്ച
വെളിച്ചമാണ് എനിക്കു കവിത

അനുഭവങ്ങളുടെ അടുപ്പുകല്ലിൽ
പഴുത്തുരുകിയ
അനുഭൂതികളാണ് എനിക്ക് കവിത

2

എതുക്കാട്ടു ചന്ത

എതുക്കാട്ടു[1] ചന്തയിൽ
തേങ്ങാപ്പൂളു വാങ്ങാൻ
ഞാനും പോയിട്ടുണ്ട്
വലിയ അതിരുചാടി
ഇലഞ്ഞിത്തണലത്തിരുന്നു
ഞാറയ്ക്ക എറിഞ്ഞിട്ടു
കട്ടാരയ്ക്ക പാതി തിന്നു
മംഗ്ലാവിൽ[2] തറവാടുചുറ്റി
പടിപ്പുരയിലെത്തിനോക്കി
ചെറുതോടു ചാടി
വയൽവരമ്പേ ഓടി
മടക്കുഴിയിൽ കുത്തിയിരുന്ന്
നത്തയ്ക്ക പെറുക്കിക്കൂട്ടി
ചെറുമീനിനെ അരിച്ചുനോക്കി
ഞണ്ടുവാരത്തിൽ
കമ്പിട്ടുകുത്തി
വലിയതോട്ടിൽ കുളിച്ച്
വെലങ്ങറ കുന്നു[3]കേറി
ആശാരിപ്പാറ[4]യിൽ നെരങ്ങി
ഊടുവഴിയിലിറങ്ങി
കൊതം കീറിയ നിക്കറുമിട്ട്
എതുക്കാട്ടു ചന്തയിൽ

കാലണയ്ക്കു പുളിവാങ്ങാൻ
ഞാനും പോയിട്ടുണ്ട്.

ലാസറിന്റെ[5] മാടക്കടയിലെ
കൊട്ട, വട്ടി, മൺചട്ടി
മുറുക്കാൻ പെട്ടാൻ ഇടികല്ല്, പാക്കുചാടി
മൊറം, മൊളങ്കുറ്റി, മൊളനാഴി
ചെരട്ടത്തവി, അപ്പക്കാര
പനം പാ, എടങ്ങഴി, പറ

കൊച്ചാളിപ്പണിക്കത്തി[6]യുടെ
പലകാപ്പുറത്തെ
കാരയ്ക്ക, പേരയ്ക്ക, മുതുനെല്ലിക്ക
ജാതിക്ക, ജാംബുങ്ക, നാട്ടുമാങ്ങ
പുളിമാങ്ങ, പുളിച്ചിക്ക, പുളിങ്കുരു

ഹസനാരുപിള്ള[7]യുടെ
കാളവണ്ടിയിൽ വരുന്ന
വാളരിക്ക, വാളൻപയർ, കടപ്പാവയ്ക്ക
അയണിച്ചക്ക, ശീമച്ചക്ക
എതുക്കാട്ടു ചന്തയിൽ
ചിരിച്ചും കരയിച്ചും
ചപ്ലാങ്കൊട്ട കൊട്ടി പാടുന്നതു കേൾക്കാൻ
ഞാനും പോയിട്ടുണ്ട്.

---

1. എതുക്കാട്ട് - ഇന്നത്തെ നാവായിക്കുളം
2. മംഗ്ലാവിൽ തറവാടു നശിച്ചു
3. വെലങ്ങറ കുന്ന് ഇടിച്ചു നിരത്തി
4. ആശാരിപ്പാറ വെടിവച്ചു നശിപ്പിച്ചു
5. ലാസർ മരിച്ചുപോയി
6. കൊച്ചാളിപ്പണിക്കത്തി മരിച്ചുപോയി
7. ഹസനാരുപിള്ള - മരിച്ചുപോയി.

3

നടത്തം

തല കുനിച്ചാണ് എന്റെ നടത്തം
നെഞ്ചിൽ മുറിവുള്ളതു കൊണ്ടാണോ
മുറിവുകളിൽ ചോരയില്ലാത്തതു കൊണ്ടാണോ
ഓ, എന്തുമാകട്ടെ
തലകുനിച്ചാണെന്റെ നടത്തം
ചിലർ പറയും
വാഴ കുലച്ചപോലെ
ചിലർക്കു ഞാൻ പെരുങ്കള്ളൻ
ചിലരെന്നെ പേങ്ങനെന്നുവിളിക്കുന്നു
ഓ, എന്തുമാകട്ടെ
മോഷണക്കുറ്റത്തിന് ജയിൽ ചാടിയിട്ടില്ല ഞാൻ
എന്റെ തലയ്ക്കാരും അടിച്ചിട്ടുമില്ല
തലകുനിച്ചാണ് ഞാനവളെക്കാണുന്നത്
ഒരിക്കലെന്നെ നട്ടുവളർത്തിയവൾ
പിന്നെ പറിച്ചെറിഞ്ഞവൾ
ഓ, എന്തുമാകട്ടെ
ആ നിമിഷം
വീടുമറന്നു ഞാൻ
നാട്ടാരെ മറന്നു
ഇട വഴികൾ
പെരുവഴികൾ
കാവുകളിൽ ചെന്നിരുന്നു
സർപ്പങ്ങളിൽ അവളെക്കണ്ടു

4

ശീതരാത്രി

മഞ്ഞുമഴ തോരാത്ത ശീതരാത്രി
മൗനം മണിയറയിൽ മരിച്ചരാത്രി
മാനത്തു മേഘങ്ങൾ മൂകരാത്രി
മറയാത്ത മായാത്ത നഷ്ടരാത്രി
ഈ രാത്രി നിന്നെക്കുറിച്ചു മാത്രം
ഇടനെഞ്ചു പൊത്തിക്കരഞ്ഞ രാത്രി.

5

നിലവാരമില്ലാത്ത കവിത

എന്റെ കവിതയ്ക്കു നിലവാരമില്ലെന്നും
വരികൾക്കിടയിൽ
വാക്കുകൾ
വാ പിളർന്ന് ശ്വസിക്കാറുണ്ടെന്നും
ചർച്ചകളിൽ ബിംബങ്ങൾ
മുണ്ടുപൊക്കി ഇറങ്ങി വരാറുണ്ടെന്നും
പറയുന്നു.

എന്നെ എഴുത്തിനിരുത്താത്തതുകൊണ്ടാണോ
കവിത
വൃത്തത്തിൽ അടുക്കാത്തതുകൊണ്ടാണോ
കാരണവർ ചമയുന്നവർ
വാളെടുത്തെന്നും
തിരിഞ്ഞുനോക്കാൻപോലും
അവകാശമില്ലെന്നു പറയുന്നു.

എന്റെ സ്കൂൾ പഠനം
മുഴുവിപ്പിക്കാത്തതുകൊണ്ടാണോ
കവിതയുടെ ഒഴുക്കിനെതിരെ
തുഴയാത്തതു കൊണ്ടാണോ
എന്റെ കവിതയ്ക്കു മാർക്കിട്ടവർ
മഹാകാവ്യങ്ങളിൽ
ഒളിച്ചിരുന്നെന്നു പറയുന്നു
പറഞ്ഞിട്ടും
പറഞ്ഞിട്ടും
പുങ്കൻ
ആകാശത്തുനോക്കി എഴുതുന്നു.

6

നിലാവസ്തമിക്കും മുമ്പ്

ഇന്നു നിലാവസ്തമിക്കും മുമ്പേ
എനിക്കൊരു വരികുറിക്കണം
അതിലെന്റെ പ്രണയത്തിന്റെ
ഗന്ധം പരക്കണം
അതിലെന്റെ നക്ഷത്രത്തിന്റെ
വെളിച്ചം കാണണം
അതിന്റെ ചുടുലഹരി മോന്തി
എനിക്കീ കൽപ്പടവുകൾ കയറണം

ഇന്നു കിനാക്കൾ
ഒളിയമ്പെയ്യും മുമ്പേ
ഇന്നു ഞങ്ങൾ
കണ്ണുപൊട്ടിച്ച്
ജഡങ്ങളൊഴുക്കും മുമ്പേ
എനിക്കൊരു വരികുറിച്ചിറങ്ങണം

ഇന്ന് കരിമേഘങ്ങൾ
ഉദയം
മൂന്നാമത്തെ ചുവടിലളക്കും മുമ്പേ
ഇന്നു ചിന്തകൾ
ഭൂമിയെ വിഴുങ്ങും മുമ്പേ
ഇന്നു നഗരങ്ങൾ
കൊലക്കയർ മുറുക്കും മുമ്പേ
ഇന്നു ഗ്രാമങ്ങൾ

കൽക്കിയുടെ മുഖങ്ങളാകും മുമ്പേ
ഇന്ന് ഭാഷയെ
ചുടലയിലെറിയും മുമ്പേ
എനിക്കൊരു വരികുറിക്കണം
എനിക്കൊരു വരികുറിക്കണം.

7

പ്രതിജ്ഞ

ഇനി നിന്നെ കാണണ്ട
നിറഞ്ഞുകവിഞ്ഞ പുഴയിലെ
പരൽ മീനിനെ
നിന്റെ പേരു വിളിക്കില്ല
വെയിൽത്തുമ്പികൾ വരഞ്ഞ ചിത്രം
നിന്റേതെന്ന്
കിളികളോടു പറയില്ല
കാറ്റിലും മഴയിലും
നിന്റെ സ്നേഹം
അലിഞ്ഞു പോകില്ലെന്ന്
എഴുതില്ല

മുറ്റത്തെ നിലാവിൽ
നിന്റെ മുഖമെന്ന്
ഭാര്യയെയും കുഞ്ഞുങ്ങളെയും
വിളിച്ചു കാണിക്കില്ല
പുര കത്തുമ്പോഴും
ആടുകൾ നിലവിളിക്കുമ്പോഴും
വെന്തെരിയുന്ന കഴുക്കോലുകൾ
പറിച്ചെറിയുമ്പോഴും
കരുത്ത് നീയായിരുന്നു.

പടിയിറങ്ങിയ രാത്രി
എഴുതിത്തീരാത്ത കവിതകൾ
നെഞ്ചിൽ ചേർത്ത്
വിങ്ങിക്കരഞ്ഞതും മറക്കണം
ഓർമ്മകൾ
തെക്കോട്ടു വെട്ടിമൂടുമ്പോഴും
ആരു പറയും.....?
നീയായിരുന്നെന്റെ പ്രതിജ്ഞകളെന്ന്?

8

വൃഷ്ടി

നീയും ഞാനും
ഫോണിലൂടെ സംസാരിക്കുന്നത്
ദൈവം കേട്ടിരുന്നു
ഒരു പ്രാവിന്റെ രൂപത്തിൽ
ആകാശത്തു നിന്നും
ദൈവം
ഭൂമിയിലേയ്ക്കിറങ്ങിവന്നു.

എന്നോടു ചോദിച്ചു
നീ അവളെക്കുറിച്ചുമാത്രം
ഒന്നും എഴുതാത്തതെന്ത്?
ഞാൻ പറഞ്ഞു
എന്റെ ദൈവമേ
ഒരു പൂവിരിയുന്നപോലെ
ഒരാളിന്റെ സുഗന്ധമറിയുന്നപോലെ
ഒരാട്ടിൻപറ്റം കൂടണയുന്നപോലെ
ഒരു കവിത പിറക്കുന്നു

ദൈവം പറഞ്ഞു
പർവതങ്ങളിലൂടെ
നീരുറവകളിൽ നീരാടി
കുത്തനെയുള്ള വെള്ളച്ചാട്ടങ്ങളിലൂടെ
മഞ്ഞും മഴയും വെയിലുംകൊണ്ട്

ഞാൻ കിതയ്ക്കുന്നത്
നിന്റെ കവിത കേൾക്കാനാണ്

ഉപഗുപ്തനെപ്പോലെ
ഞാനും പറഞ്ഞു
"സമയമായില്ല"
പൊടുന്നനെ ദൈവം
പൂക്കൾ നിറഞ്ഞ മരമായ്
എന്റെമേൽ
പുഷ്പവൃഷ്ടി നടത്തി

9

സ്നേഹിച്ച പൂവിന്

എന്നെ സ്നേഹിച്ച പൂവിനോട്,
ഏതു കൊടുങ്കാറ്റിൻ കയ്യുകൾ
നമ്മെ മൂടുമ്പോഴും
ഏതു ഭൂകമ്പത്തിൻ കണ്ണുള്ള
കടവാവലുകൾ
നമ്മെ ചുറ്റിവരിയുമ്പോഴും
ഏതു വസന്ത നർത്തകികളും
പ്രതിജ്ഞയുടെ വേദിയിൽ
കുഴഞ്ഞു വീഴുമ്പോഴും
ഏതു കോടതിയിലും
അപ്പീൽ
സ്വീകരിക്കാത്ത വിധി
നമ്മൾ തലച്ചുമടേന്തുമ്പോഴും
എന്നെ സ്നേഹിച്ച പൂവിനോട്
നിലാവിന്റെ കീഴിലെ
നിശാഗന്ധിപോൽ
നമ്മുടെ നിമിഷം
വീണു മരിക്കുമ്പോഴും
നമ്മുടെ പ്രണയം
നഗരത്തിലെ
കൂനിത്തള്ളപോലെന്ന്

തെരുവുഗായകൻ
മൂന്നു രാഗത്തിൽ
പാടുമ്പോഴും
എന്നെ സ്നേഹിച്ച പൂവിനോട്
ഇരുളും വെളിച്ചവും
നമ്മുടെ നക്ഷത്രരാശികളും
ജാതിയുടെ വന്മതിൽ കെട്ടുമ്പോഴും
അറിവും തീവ്രതയും
സഹാറയിലെ
മണൽക്കൂന ചവിട്ടുന്ന ഒട്ടകത്തെപ്പോൽ
മനസ്സും മനസ്സും അലയവേ
പൂവിനോട് ചോദിക്കുന്നു ഞാൻ
താജ്മഹലിന്റെ
ഹൃദയം നനയ്ക്കുന്ന ജലത്തുള്ളിപോൽ
നമ്മുടെ കവിത
സമൂഹത്തെ ഉണർത്താതിരിക്കുമോ........?

10

ഉപമേയം

ആകാശം
മേഘങ്ങൾ
മഴയെ ഉപേക്ഷിച്ചപോലെ
സൂര്യൻ
അരണ്ടവെളിച്ചം
ഇരുളിൽ ഉപേക്ഷിച്ചപോലെ
നക്ഷത്രം
ഒരുതുള്ളി വെട്ടം
കിഴക്കോട്ടു ചരിച്ചപോലെ
പക്ഷി തൂവലിൻ ചൂടും
കിളിക്കുഞ്ഞ് പുറന്തോടും
ഉപേക്ഷിച്ചപോലെ
*തള്ളപ്പുലി പെറ്റകുഞ്ഞിനെ
ഉദരത്തിൽ ദഹിപ്പിച്ചപോലെ
സിംഹം വിശപ്പ്
വിളിയിൽ ഉപേക്ഷിച്ചപോലെ
വൃക്ഷം വിത്തിനെ
കൊടുങ്കാറ്റിൽ ഉപേക്ഷിച്ചപോലെ
പൂവ് വസന്തത്തെ
മണ്ണിൽ അലിയിച്ചപോലെ

---

* കാഴ്ചബംഗ്ലാവിൽ തള്ളപ്പുലി പെറ്റകുഞ്ഞിനെ തിന്ന കഥ.

കണ്ണ് കാഴ്ചയിൽ
കെട്ടടങ്ങിയപോലെ
കാതു ശബ്ദത്തെ
വെറുക്കുന്നതുപോലെ
മൂക്ക് അവസാനശ്വാസം
അറിഞ്ഞിരുന്നപോലെ
നീയും ഞാനും ഉപേക്ഷിച്ചത്
ആരെയാണ്...........?

11

ആരോടും

നമുക്ക്
ഹൃദയത്തിന്റെ
മിടിപ്പും തണുപ്പും
ഒരുപോലെ
ഒരു കൂരയിൽപോലും
വച്ചു വിളമ്പിയിട്ടില്ലെങ്കിലും
ഒരു പൂവിതൾക്കീഴുപോലും
ചുംബിച്ചു നിന്നിട്ടില്ലെങ്കിലും
ഒരു വെയിൽ
മഴക്കോളുപോലും വന്ന്
കൈകളെ
ഒന്നിപ്പിച്ചില്ലെങ്കിലും
നമ്മുടെ ആർത്തിയിൽ
ഒന്നിച്ചൊഴുകിയിട്ടില്ലെങ്കിലും
നമുക്ക്
ഹൃദയത്തിന്റെ മിടിപ്പും തണുപ്പും
ഒരുപോലെ

12

ഇവൾ

നിനക്കുവേണ്ടി
എല്ലാം ഉപേക്ഷിച്ചു
അന്തിക്കു ചെറുതോട്ടിലെ
അടിച്ചുനനച്ചുള്ള കുളിയും
തൊടിയിലെ
കൊഴിഞ്ഞുവീണ പൂക്കളുടെ മണവും
കൊയ്ത്തൊഴിഞ്ഞ വയലിലെ
കിളികളുടെ കലപില ശബ്ദവും
വെട്ടക്കൽ തറവാടും
മച്ചിലെ വേണുവൂതുന്ന കണ്ണനും രാധയും
കൽത്തൂണിൽ കൊത്തിയിരിക്കുന്ന
വായുവിൽ തേരോടിക്കുന്ന നളനും
ചുമർച്ചിത്രത്തിലെ
ചിലങ്ക കിലുക്കുന്ന ഉർവശിയും മേനകയും
നിന്റെ കവിതയിലെ
ഊടുവഴിയിൽ കണ്ട വെളിച്ചം
ലോകത്തിന്റേതാണെന്നറിഞ്ഞപ്പോൾ
നിന്റെ യാതനകൾ
ആർക്കുവേണ്ടിയെന്നറിഞ്ഞപ്പോൾ
നിനക്കുവേണ്ടി ഇവൾ
ഭർത്താവിനെ
കൈക്കുഞ്ഞിന്റെ കരച്ചിലിനെ
അമ്മയുടെ തൊണ്ടയിൽ കുരുങ്ങിയ വാക്കിനെ
അച്ഛന്റെ കുഴിമാടത്തിലെ
ചിതലെടുക്കാത്ത ചിലതിനെ
നിനക്കുവേണ്ടി
ഇവൾ
എല്ലാം ഉപേക്ഷിച്ചു.

13

മഴയ്ക്ക്

മഴയ്ക്കൊരു
പിറുപിറുപ്പുണ്ട്
പുരപ്പുറത്തു നടക്കുമ്പോഴുള്ള
മഴയുടെ വ്യാധി
വെയിലിനെക്കുറിച്ചാണ്
മഴയ്ക്കൊരു സംഗീതമുണ്ട്
ആരും ചിട്ടപ്പെടുത്താത്ത ഗീതം
മഴയ്ക്കാരും
അവാർഡ് കൊടുത്തിട്ടില്ല.
പ്രേക്ഷകരുമില്ല
കൈയടികളും കിട്ടാറില്ല
പിന്നെ എങ്ങനെ വന്നു
മഴയ്ക്കിത്ര സംഗീതം.

14

പേടകം

ഞാനവളെ സ്നേഹിച്ചിരുന്നു
റോമിലെ തകർന്നടിഞ്ഞ
പുരാതന നഗരത്തിൽ നിന്നുകിട്ടിയ
വെള്ളക്കൽ പ്രതിമയിൽ കൊത്തിയിരുന്ന
അക്ഷരങ്ങൾ പോലെയായിരുന്നു
അന്ന് അവളുടെ മനസ്സ്
ഒന്നാം ദിവസം
പേടകത്തിൽനിന്നു
പറന്നുയർന്ന് തിരിച്ചെത്തിയ
പക്ഷിയുടെ കണ്ണുകൾ പോലെയായിരുന്നു
അന്ന് എന്റെ മനസ്സ്
ജലമിറങ്ങവെ
അവളും
പുലർച്ചകളെണ്ണിത്തുടങ്ങി
പേടക[1]ത്തോടും വിടചൊല്ലാൻ മറന്നു
പറന്നുപോയ
പക്ഷി[2]യുടെ
ചിറകൊച്ചപോലെയായിരുന്നു
പിന്നെ അവളുടെ മനസ്സും.

---

1. നോഹയുടെ പേടകം
2. പേടകത്തിൽനിന്നും അവസാനം ഭൂമിയിലേക്ക് പറത്തിവിടപ്പെട്ട പക്ഷി.

15

എന്നും ഒരു പ്രണയം വേണം

എനിക്കെന്നും
ഒരു പ്രണയം വേണം
അതുണ്ടെങ്കിലേ
കൊടുങ്കാറ്റിനു പിന്നാലെയുള്ള
പേമാരിയും
ഇടിമിന്നലിനൊപ്പമുള്ള
ഇരുട്ടിന്റെ മൂകതയും
ഭൂചലനം കഴിഞ്ഞുള്ള
കൂട്ടനിലവിളിയും
എന്റെ ജീവിതത്തിൽ
ഇല്ലാതിരിക്കൂ............

എനിക്കെന്നും
അമാവാസിയിലെ
ആദ്യനക്ഷത്രത്തെപ്പോലെ
പുഞ്ചിരിക്കാത്തവളെ പ്രണയിക്കണം
അതുണ്ടെങ്കിലേ
പടയോട്ടത്തിനുപിന്നാലെയുള്ള
ദിക്കു തിളയ്ക്കുന്ന പോർവിളിയും
മാതൃരാജ്യത്തിന്റെ
ഹൃദയഞരമ്പു മുറിക്കാനിറങ്ങിയവരുടെ
കലാപങ്ങൾക്കൊപ്പമുള്ള
രക്തച്ചൊരിച്ചിലും

എന്റെ ജീവിതത്തിൽ
ഇല്ലാതിരിക്കൂ................
എനിക്കെന്നും
ഹൃദയത്തിൽ നിലാവുചൊരിയുന്ന
ഒരുവളെ
പ്രണയിച്ചുകൊണ്ടേയിരിക്കണം.
അതുണ്ടെങ്കിലേ
അധികാരത്തിന്റെ ഉടവാളും കിരീടവും
കൈക്കുള്ളിലാക്കാൻ
അധർമ്മത്തിന്റെ കുരുക്ഷേത്രമൊരുക്കി
മക്കളെയെല്ലാം കൊന്ന, കൊല്ലിച്ച ദുഃഖവും
പല പല രാജാക്കളുടെ
കണ്ണിലാനന്ദം കൊളുത്തിയ
ആയുധപ്പന്തയവേദിയിൽവെച്ച്
സൂതപുത്രനെന്നടച്ചാക്ഷേപിച്ചിറക്കിയ
കർണന്റെ പ്രതികാര ദുഃഖവും
എന്റെ ജീവിതത്തിൽ
ഇല്ലാതിരിക്കൂ...............

16

ഞാനും രാത്രിയും

ഞാൻ കവിത കുറിച്ചുതുടങ്ങി
രാത്രി എനിക്കു കാവലിരുന്നു
ഞാൻ വാക്കിനെ വാരിപ്പുണർന്നു
മുല ഞെട്ടുകളിൽനിന്നും
പ്രപഞ്ചത്തിന്റെ ഹരിതം നുണഞ്ഞു
ഒരു പുരുഷായുസിന്റെ നീരാവി
കവിതയുടെ കൂജയിൽ പെയ്തടങ്ങി
രാത്രി എന്നോട് കലഹിച്ചു
"എനിക്കും അറിയണം"
ഓങ്കാരത്തിന്റെ ലയം
ഞാൻ വിളക്കുകൊളുത്താൻ എഴുന്നേറ്റു
രാത്രി എന്റെ കാൽക്കൽ വീണു.

17

ഞാനൊറ്റ

കാലത്തിന്റെ കണക്കിൽ
ഞാനൊറ്റ
എനിക്കൊപ്പം നടന്നവർ
എനിക്കുപിന്നാലെ വന്നവർ
എന്നിലൂടെ കടന്നുപോയി

കാലത്തിന്റെ കൈവെള്ളയിൽ
ഞാനെന്ന വളഞ്ഞ വര
കവിതയും കണ്ണീരും
കൊത്തിവലിച്ച എന്റെ യൗവനം
ഇന്നൊരു മണൽക്കാടുമാത്രം
അവിടെ
കൊടുങ്കാറ്റിന്റെ കുഴലൂത്ത്
മേഘങ്ങളുടെ വഴിമാറൽ
വെയിലിന്റെ നൃത്തം

കാലത്തിന്റെ വഴിയിൽ
ഞാനൊറ്റ
എന്റെ വഴിതെളിച്ചവൾ
നിമിഷത്തിന്റെ ചിപ്പിക്കുള്ളിൽ
എന്നിട്ടും
എന്റെ യാത്ര...........

18

വശങ്ങൾ

ജീവിതം
എനിക്കൊഴിഞ്ഞ
ഓട്ടുപാത്രം
വശങ്ങളിൽപ്പടരുന്ന
ക്ലാവ്
നിരാശയുടെ പാടുകൾ
പകലുകളറിയാതെ
പാതിരകളറിയാതെ
ഞാൻ പാടി
പലരുമെറിഞ്ഞ നാണയത്തുട്ടുകൾ
എന്റെ വിശപ്പിൽ
ഉരുകിയൊലിക്കുന്നു
ജീവിതം
ചിന്തകൾ മാറാലകെട്ടിയ
കാട്ടുവഴി
അവിടെ,
ചീവീടിന്റെ കരച്ചിൽ
ചെന്നായ്ക്കളുടെ ഓരി
സർപ്പങ്ങളുടെ ഇണചേരൽ
കഴുകന്റെ കൊത്തിവലിക്കൽ
എന്റെ യാത്ര
കൊടുമുടിയിലെ വസന്തം തേടി.

19

ജലശയ്യ

ഇന്നലെ പകൽ
ആൾത്തിരക്കുള്ള
തടാകത്തിന്റെ കരയിലിരുന്ന്
ഞാനും ചൂണ്ടയിട്ടു
പലർക്കും
പലനിറത്തിലുള്ള
പല ഹൃദയങ്ങൾ പാതിവിഴുങ്ങിയ
മത്സ്യങ്ങൾ കിട്ടി.

അന്തിയായപ്പോൾ
എനിക്കും ഒരു മത്സ്യം കിട്ടി
അതിന്റെ ചെതുമ്പലിൽ
വിഷം വിളമ്പിയവർ തുപ്പിയ
വിഴുപ്പിന്റെ ഗന്ധം
ചെകിളയിൽ
ഭോഗം നടത്തിയ മുറിവുകൾ
കണ്ണുകളിൽ
കൊട്ടാരത്തിൽ നിന്നിറങ്ങിയ
ശകുന്തളയുടെ ആർദ്രത
എന്നിട്ടും

ഞാനതിൽ ഇറങ്ങിച്ചെന്നു
തിരിഞ്ഞു നോക്കിയതേയില്ല

ചിറകുകളുടെ ചലനസ്വഭാവത്തെ ഓർത്ത്
നിരാശയുടെ
ചുടലത്തെങ്ങ് നട്ടതേയില്ല.
'വളർത്തും'
എന്റെ ശുദ്ധതടാകത്തിൽ
ജലശയ്യപുതച്ച്.

20

ജന്മത്തിനപ്പുറം

പോയവരാരും തിരിച്ചുവരാത്ത
മരണത്തിന്റെ ഗുഹയിൽ കാലുകുത്തവെ
എന്റെ ചുണ്ടിൽ ഹൃദ്യമായ പുഞ്ചിരിമാത്രം
എന്റെ വഴിവരമ്പുകളിൽ
ചെറുതോടുകളിൽ
തണൽ തരാൻ പച്ചവിരിച്ച
കാട്ടുപ്ലാവും കൈതോലയും
കരീലാഞ്ചിയും കാളൻവള്ളിയും.

എനിക്കു സ്നേഹത്തിന്റെ
വഴിച്ചൂട്ടു തന്ന
കാവുകളും കവുങ്ങിൻപാളയും
അനുരാഗത്തിന്റെ പൂവും കായും തന്ന
നന്ത്യാർവട്ടവും നാട്ടുമാവും
പോയവരാരും തിരിച്ചുവരാത്ത
മരണത്തിന്റെ ഗുഹയിൽ കാലുകുത്തവേ
എന്റെ ചുണ്ടിൽ ഹൃദ്യമായ പുഞ്ചിരിമാത്രം.

എനിക്കു ജീവതത്തിന്റെ
നിറങ്ങൾ മെഴുകിക്കാട്ടിയ
കളമെഴുത്തും കോലംകുത്തലും
ഭഗവതിക്കാവിലെ തോറ്റംപാട്ടും
നാഗകന്യകളെപ്പോൽ തുള്ളുന്നവരുടെ

പൂക്കുലയിലെ
കാമത്തിന്റെ തീയും കാറ്റും
ചേങ്ങിലക്കൊത്ത ചുവടുകളും

ഭൂതത്തിന്റെ കാർമേഘങ്ങൾ
ഇണചേരുന്നു.
വർത്തമാനത്തിന്റെ പേമാരി
ഭാവിയുടെ പർവതങ്ങൾ
പാട്ടുതുടരുന്നു

21

ജലസുന്ദരി

പുഴയിൽ മുങ്ങി ഞാൻ
മുതു നിവർക്കവേ
ജലത്തിനുള്ളിലാ-
യതീവസുന്ദരി.

മുലകൾ രണ്ടിലും
മദം തളച്ചപോൽ
തുടകളിൽ ചില
ജലക്കുമിളകൾ.

പരാശരൻ പകൽ
നദികടക്കുവാൻ
കടത്തുകന്യക
തുഴഞ്ഞ തുള്ളിപോൽ

ഇടം മറന്നുഞാൻ
വലം തിരിയവേ
അതുവളർന്നൊരു
പ്രപഞ്ചസൃഷ്ടിയായ്

22

ഉയിർത്തെഴുന്നേൽപ്പ്

തീരം
        തിരമാലകൾ
        തിന്നു കൈ കൊട്ടുന്നു.
ഞാനോ
കാറ്റോ
        കെടുത്തിയ വിളക്കിൻ
        തിരി നീട്ടുന്നു.
ദൂരെ, നാവിൽ
ശൂലംകുത്തിയ പ്രണയം
        ചുവന്ന തുടിപ്പുപോലെ
        ഉയിർത്തെഴുന്നേൽക്കുന്നു.

23

യാനം

മരണത്തിലൂടെ
മൗനത്തിന്റെ
മുദ്രകൾ കണ്ടെത്തണം
നീ ചിരിച്ചാലും
കരഞ്ഞാലും
കണ്ണുനീർ
നനയാതെ തുടച്ചാലും
മരണത്തിലൂടെ
മൗനത്തിന്റെ
മലയിടുക്കു കടക്കണം.
ചോര തണുത്തോട്ടെ
പൂവും ജലവും തരുന്നവർ
പുറം തിരിഞ്ഞു നിന്നോട്ടെ
കുഴിവെട്ടുന്നവർ
പലതും പറഞ്ഞോട്ടെ
മരണത്തിലൂടെ
മൗനത്തിന്റെ
മുദ്രകൾ കണ്ടെത്തണം
എനിക്ക്.

24

പുതിയ വർത്തമാനം

രാവിലെ എഴുന്നേറ്റ്
നിലം ചീവിയൊരുക്കി നടാൻ
ഒരാളെ വിളിക്കാൻ പോയി
കപ്പയും കള്ളും
ചോദിച്ച കൂലിയും കൊടുക്കാമെന്നേറ്റപ്പോൾ
ഒരാൾ വന്നു.
പുരയിടം കാടുകേറി
ഇഴജന്തുക്കൾ വീട്ടിൽ കേറിവരുന്നു
ചെത്തി വൃത്തിയാക്കാൻ
ഒരാളെ വിളിക്കാൻ പോയി
അവനെ വിളിച്ചോണ്ടുപോകാൻ
പലരും വന്നു നിൽക്കുന്നു.
നിരാശനായ് തിരിച്ചുവന്നു
തെങ്ങിലെ തേങ്ങ വീണുപോണു
ഒരാളെ വിളിക്കാൻ
പലേടത്തും കറങ്ങിനടന്നു
ഒരുത്തൻ വരാമെന്നേറ്റു
അവന്റെ മൊബേലിന്റെ നമ്പർ തന്നു
വരുമ്പോൾ മിസ്കോളടിക്കാമെന്നേറ്റു
പുതിയ വീടിന് കുറ്റിവയ്ക്കാൻ
മേശിരിയെ തിരക്കിച്ചെന്നു
പുരയിടത്തിന്റെ വിസ്തീർണവും
വീടിന്റെ പ്ലാനും

മേശിരി മേടിച്ചു
കമ്പ്യൂട്ടറിൽ കണക്കുകൂട്ടിനോക്കി.
എന്റെ വീട്ടിൽ
കമ്പ്യൂട്ടറുണ്ടോയെന്നു ചോദിച്ചു
ഇല്ലെന്നു പറഞ്ഞപ്പോൾ
കുറ്റിവെപ്പ് ഇനിയും നീളുമെന്നു പറഞ്ഞു
വയലു പഴുത്ത് പാകമായിക്കിടക്കുന്നു
കൊയ്യാനും മെതിക്കാനും ആളില്ല
അഞ്ചുപേരെ വേണമായിരുന്നു
നാലുപേരെ കിട്ടി
അവർക്കൊരു കരാർ
നാലുകുപ്പി കള്ളും അഞ്ച് ഇളംകരിക്കും
മൂന്നുനേരം ചാപ്പാട്
ചോദിച്ച കൂലിയും വേണമെന്ന്
രാവിലെ എട്ടുമണിമുതൽ
അഞ്ചുമണിവരെ കൊയ്യാമെന്നേറ്റു
ഒരു സർക്കാർ ശിപായിയായ എന്റെ ഗതി
ഹോ! ഞാൻ വിയർത്തുകൂടല്ലോ
ഇത്, തോർത്തും മുറുക്കിക്കെട്ടി
പകലന്തിയോളം പണിയെടുക്കുന്ന കാലമല്ലല്ലോ.

25

ഏലി... ഏലി... ലാമാ*
എന്നു വിളിച്ചതേയില്ലവൻ

പ്രേമത്തിനു
ശാഖികൾ കൊത്തിമുറിച്ച
ഒരു മരം
മോഹങ്ങൾക്ക്
നാക്കിലയിൽ
എള്ളും പൂവും ജലവും
കണ്ണീർ കുടിക്കാൻ
പുഴുക്കുത്തേറ്റ
ഒരിലക്കുമ്പിൾ
ദുഃഖങ്ങൾക്ക്
ചിത്രത്തണലുകൾ മാത്രം

രണ്ട്

പ്രേമിച്ചതിന്
കുരിശിലേറ്റപ്പെട്ടവന്റെ നെഞ്ചിൽനിന്ന്
അവസാനതുള്ളിച്ചോരയും
വാർന്നൊഴുകവേ
ഏലി ഏലി ലാമാ....... സബക്താനി*
എന്നു വിളിച്ചതേയില്ലവൻ

---

* എന്റെ ദൈവമേ, എന്റെ ദൈവമേ എന്നെ കൈവിടല്ലേ (ഹീബ്രുഭാഷ)

അവന്റെ കല്ലറയിൽ
മറിയമോ മറ്റാരുംതന്നെ
മുട്ടുകുത്തിയതേയില്ല
മൂന്നാം ദിവസം
ആറാം മണിക്കൂറിൽ
ഉയിർത്തെഴുന്നേറ്റവൻ
ജീവിതത്തിലേക്ക്...........

പഠനം

പുതിയ വായന ആവശ്യപ്പെടുന്ന കവിത

എസ് ജോസഫ്

"കശുവണ്ടി ഫാക്ടറിയിലെ കറുകറുത്ത കുഴലിലെ പുകതുപ്പുന്ന പുലർച്ചകളാണ് എന്റെ കവിത" എന്ന് തുടങ്ങുന്നു സാംബശിവൻ മുത്താനയുടെ *എന്റെ കവിത*. ഈ വരികളിൽ ഒരു യാഥാർഥ്യബോധം ഉണ്ട്. പുതിയ കവിതയിലെ യാഥാർഥ്യം ഇതുപോലെ കവിതയിലേക്ക് നേരിട്ടുവരുന്നതാണ്. കവിക്ക് നേരിട്ടറിവുള്ള ജീവിതത്തെ വിശ്വസനീയമായ ഭാഷയിൽ എഴുതുകയാണ് ഈ കവി.

പരുക്കനായ കവിതയാണ് മുത്താനയുടേത്. തൊഴിലിടങ്ങളും ഗ്രാമീണമായ ഇടങ്ങളും നേരങ്ങളുമാണ് അതിലുള്ളത്. സ്വയമൊരു തൊഴിലാളിയാണ് കവി. അതുകൂടി കണിലെടുക്കുന്നതിൽ തെറ്റില്ല. അതിൽ പുതിയൊരു കാവ്യാഭിമാനമുണ്ട്.

മുത്താനയുടെ കവിതകൾ പുതുമയെഴുതുന്നതിന്റെ ചില ഉദാഹരണങ്ങൾ:

അവിടത്തെ (പഴയതറവാട്ടിലെ) മയിൽപ്പീലിക്കണ്ണുള്ള പെണ്ണൊരുത്തി പാടാറുള്ള *ശ്രീകൃഷ്ണചരിത*ത്തിലെ ഈരടികളാണ് എന്റെ കവിത (*എന്റെ കവിത*) എന്നൊരു അത്ഭുതപ്പെടുത്തുന്ന വരി സാംബശിവൻ എഴുതിയിട്ടുണ്ട്. ഇത്തരമൊരു പ്രയോഗത്തിന് തോനേ സാധ്യതകൾ ഉണ്ട്. *ശ്രീകൃഷ്ണചരിതം* മറ്റൊരാളുടെ കവിതയാണ്. അത് ഒരു പെൺകുട്ടി പാടുന്നതിലൂടെ തന്റേതായി മാറുകയാണ്. ഇവിടെ പെൺകുട്ടിയുടെ വായന എന്ന ദൃശ്യാനുഭവത്തിൽനിന്ന് വായനയുടെ കേൾവിയാകുന്ന ശബ്ദാനുഭവത്തിലേക്ക് മാറുന്നതും ആ ശബ്ദാനുഭവത്തിലൂടെ പെൺകുട്ടിയുടെ വായനയുടെ പിന്നിലെ ദൃശ്യാനുഭവത്തെ കവി വീണ്ടെടുക്കുന്നതുമാണുള്ളത്. കവി പെൺകുട്ടിയുടെ ആരാധകനാണ്. വളരെ സാധാര

ണമായ വരികളെഴുതുന്നതിലെ എഴുത്തനുഭവവും വായനാനുഭവവുമാണ് പറഞ്ഞത്. അതുപോലെ ഇതേ കവിതയിൽത്തന്നെ എന്റെ യൗവനത്തിലെ വാർധക്യമാണ് എനിക്ക് കവിത എന്ന പ്രയോഗവും ശ്രദ്ധിക്കണം.

എതുക്കാട്ട് ചന്ത എന്ന കവിത നാട്ടുമൊഴിയിലാണ് എഴുതിയത്. അനുഭവത്തിനുപറ്റിയ നാട്ടുമൊഴികൾ കവിതയിൽ നിറയുന്നു. സവർണ മലയാളത്തെ ധിക്കരിക്കുന്ന ഭാഷയാണിത്. കാഴ്ചപ്പെടാതെ കിടന്ന പ്രാദേശികജീവിതം തെളിയുന്നുണ്ട് ഈ കവിതയിൽ. വെറും സാധാരണഭാഷയാണ് സാംബശിവൻ പ്രയോഗിക്കുന്നത്. *പുതിയ വർത്തമാനം* എന്ന കവിത ശ്രദ്ധിക്കുക. ഒരു പണിക്കാരനെ വിളിക്കാൻ പോകുന്നതാണ് അതിലെ കാര്യം. ഗംഭീരകവിതയാണത്.

നടത്തം എന്ന കവിതയിൽ നല്ല ഒരു വരിയുണ്ടിങ്ങനെ:

"തലകുനിച്ചാണെന്റെ നടത്തം
ചിലർ പറയും വാഴകുലച്ചപോലെ"

ഒരു നാടൻകവിഭാവന. പക്ഷേ മലയാളത്തിലാരും ഇങ്ങനെ എഴുതിയിട്ടില്ല. പുതിയതരം വായന ഈ കവിതകൾ ആവശ്യപ്പെടുന്നു.

രണ്ട്

സാംബശിവനെ ഞാൻ ആദ്യം കാണുന്നത് കൊല്ലത്തുവച്ചാണ്. അവിടൊരു കവിതാക്യാമ്പിൽ വച്ച്. തൊഴിലുചെയ്തു ജീവിക്കുന്നു എന്ന കാര്യം അദ്ദേഹം എന്നോട് പറഞ്ഞു. സാംബശിവന്റെ കവിത തൊഴിലാളിയുടെ കവിത എന്ന് സ്വയം വിളിക്കുന്നു. മേസ്തിരി, കൽപ്പണി ഇതൊക്കെ എനിക്കും അറിയാം. പെട്ടെന്ന് ഞാൻ അദ്ദേഹത്തെ തിരിച്ചറിഞ്ഞു. മലയാളത്തിൽ സാധാരണമായ ജീവിതം കവിതയാക്കുന്ന കവികളുണ്ട്. അവർ ഒരു അകൃത്രിമ കവിതയെ സൃഷ്ടിച്ചിട്ടുണ്ട്. തികച്ചും സാധാരണമായ കാര്യങ്ങളെക്കുറിച്ചെഴുതുന്ന ഒരു കവിത ഇക്കാലത്ത് രൂപപ്പെട്ടിട്ടുണ്ട്. വിമീഷ് മണിയൂരിന്റെ '*ഓട്ടൻതുള്ളൽ*' എന്നോ മറ്റോ പേരുള്ള നല്ലൊരു കവിത അടുത്തിടെ വായിച്ചതായി ഓർക്കുന്നു. കവിതയിൽനിന്ന് ബ്രാഹ്മണ്യം, യാഥാസ്ഥിതികത, വൃത്തം, ആലാപനം എന്നിവ പൊയ്പ്പോകുന്നു. ഫോക്കുജീവിതം (folk life) ശക്തിപ്പെടുന്നു. മുമ്പുപറഞ്ഞപോലെ കവിതയെ പുതിയ കാഴ്ചകളുടെ, കേൾവികളുടെ ബോധങ്ങളാക്കി മാറ്റുന്നു പുതിയ കവി.

പൊതുവിൽ തൊഴിലാളിജീവിതം പറയുന്ന കൃതികളിൽ ജാതീയമായ ഉള്ളടക്കം വരാവുന്നതാണ്. ജാതിയിൽ താണവരാണല്ലോ സാധാരണതൊഴിലാളികൾ. പക്ഷേ അത്തരം എഴുത്തുരീതിയിൽ ഈ കവി വിശ്വസിക്കുന്നില്ല എന്നുതോന്നുന്നു. എന്നാലും പിന്തള്ളപ്പെട്ടവന്റെ സ്വരമാണ് ഈ കവിതകളിൽ കേൾക്കുന്നത്. *ശ്രീകൃഷ്ണചരിതം* വായിക്കുന്ന പെൺകുട്ടി സവർണയും അതുകേൾക്കുന്നയാൾ അവർണനുമാണ്. മംഗ്ലാവിൻതറവാടുചുറ്റി പടിപ്പുരയിലെത്തിനോക്കി എന്നുപറയുന്നതുമിതുകൊണ്ടാണ്.

ഈ കവിതകളുടെ ഭൂമിക പുറംപോക്കുകളാണ്. എന്നാൽ പരിമിതപ്പെടാൻ കവി ആഗ്രഹിക്കുന്നില്ല. സവർണനല്ല, ദളിതനല്ല, ആദിവാസിയല്ല ഇതിലെ കവി. തൊഴിലാളികർതൃത്വമായി കവി തന്നെ നിർവചിക്കുന്നുണ്ട്. ആ നിർവചനത്തിൽ കവി അറിയാതെ ജാതീയമായി പിന്തള്ളപ്പെട്ടവന്റെ സ്വരവും കേൾക്കുന്നു. ഈ രീതിയാണ് കുറേക്കവിതകളിൽ കവിയറിയാതെ സംഭവിക്കുന്നത്. ഇത്തരം സംഗതികൾ നല്ലതുതന്നെ.

മറ്റൊരുതരം കവിതകൾ ഇതിലുണ്ട്. അയ്യപ്പനിലുംമറ്റും ശക്തിപ്പെട്ട എഴുത്താണത്. പക്ഷേ സംബശിവനിൽ അതു വിജയിക്കുന്നില്ല. അയ്യപ്പനുതന്നെ ഇക്കാലത്ത് അതിജീവിക്കാൻ എന്ന് പുതിയ കവികൾ തിരിച്ചറിയണം. മലയാളകവിത മാറിപ്പോയി എന്നാണിതുസൂചിപ്പിക്കുന്നത്.

അടുത്തിടെ ഐഡിയാ സ്റ്റാർസിംഗറിൽ ക്ലാസിക് സംഗീതം പഠിക്കാത്തതിനാൽ ഒരാൾ പുറത്താവുന്നതുകണ്ടു. വൃത്തമറിയാത്തതിനാൽ പുറന്തള്ളപ്പെടുന്ന കവിയും ഇതുപോലെയാണ്. വൃത്തം, ആലാപനം, സവർണജീവിതം, സ്ഥലമാഹാത്മ്യം എന്നിങ്ങനെ കവിയാകാനുള്ള എളുപ്പപണികൾ ഉണ്ടാവാം. അതെല്ലാം കവിതയിൽ ഇന്ന് ചുരുങ്ങിപ്പോയി. പൂർണതയുള്ളവരുടേതല്ല അപൂർണരുടേതാണ് ഇന്നത്തെ കവിത. സാംബശിവന് കവിതയിൽ മേൽപ്പറഞ്ഞതരം കുറുക്കുവഴികൾ ഇല്ല. *എതുക്കാട്ടുചന്ത*, *എന്റെ കവിത*, *പുതിയ വർത്തമാനം*, *നടത്തം*പോലുള്ള വ്യത്യസ്തതകൾ അദ്ദേഹം സൃഷ്ടിച്ചിട്ടുണ്ട്. അയഞ്ഞ രൂപസങ്കൽപ്പമാണ് ഈ കവിതയുടേത്. അത് നന്നായി. പൂർണതയുള്ള മലയാളകവിതകളെ അത് പിന്തള്ളുന്നു.

മഹത്തായ കവിതകൾ എന്ന ക്ലാസിക്കൽ സങ്കൽപ്പം ഇവിടെ ഏശുകയില്ല. ചുറ്റുപാടുമുള്ള ജീവിതത്തെ സാംബശിവൻ തൊട്ടിട്ടുണ്ട്. അസാധാരണമായ ചിലവരികൾ അദ്ദേഹത്തിന്റെ കവിത്വത്തെ വിളിച്ചറിയിക്കുന്നു. ഒട്ടും കള്ളത്തരമില്ലാത്ത കവിതയാണിത്. മലയാളകവിതയിൽ ഫ്യൂഡൽബോധം പുതിയ കവികളിൽ ചിലർ തിരിച്ചുകൊണ്ടുവരുന്നുണ്ട്. അങ്ങനെയുള്ള ദുഃസ്വഭാവങ്ങൾ സാംബശിവനിലില്ല. എന്നും പ്രണയമുള്ള കവിതയാണിത്.